लव्ह यु जिंदगी

कथा संग्रह

समता नाईक दळवी

ISBN 979-888555502-9

शब्दलेखणी

अनुक्रमणिका

प्रस्तावना

आपणा सर्वांनाच सिनेमा खूप आवडतो. त्यात कसं हसतं-खेळतं छान कुटुंब असतं किंवा प्रेमी युगुलांचे सुंदर क्षण.. इंटर्वल कसाही असो, शेवट मात्र गोड आणि सकारात्मकच होतो. त्यामुळे हल्ली सर्वजण सिनेमाच्या आभासी जगाला खरं मानून त्याचं अनुकरण करतात. कारण ते विश्व खरच रमणीय असतं, हवंहवंसं वाटतं. मात्र खऱ्या आयुष्यातील वेदनेचे सूर छेडले जातात तेव्हा आयुष्याचं संगीत विस्कळीत होतं. परंतु ते सूर अचूक हेरून एखादी सुरेल तान छेडणं क्वचितच काही लोकांना जमतं. प्रस्तुत कथासंग्रह हा अशाच व्यक्तींच्या धैर्यशील आणि संयमी स्वभावाचं नेतृत्व करणारा आहे.

अवघ्या तीनच लघुकथा... मात्र जीवनाचं वास्तवदर्शी चित्र रेखाटणाऱ्या... कोणताही बडेजाव नाही की, उगाच सांत्वन नाही.. सहज, तरल अगदी काळजाला भिडणाऱ्या ! पहिल्या कथेत योगेशच्या धाडसी व निश्चयी स्वभावाचं दर्शन घडतं. बाप गेल्यावरही बहिणीला काही कमी पडू न देणारा हा भाऊ, तिच्या आयुष्यातील पुढील संकटांमध्येही तिला एकटं सोडत नाही. खऱ्या अर्थाने बाप ही भुमिका बजावतो. पुढेही अनेक समस्यांना तोंड देत आईचाही सांभाळ करतो.. दुसऱ्या कथेत मात्र लेखिकेने प्रेमाची एक हळवी बाजू उलगडून दाखवली आहे. प्रेमाला कोणत्याच मर्यादा नसतात, बंधनं नसतात.. ते कधीही, कुठेही, कसंही, कुणासोबतही होऊ शकतं हेच खरं. या कथेतील साऊदेखील अशाच द्विधा मनस्थितीत अडकली आहे. लग्न झाल्यावरही कुठेतरी प्रेमाची, सोबतीची उणीव भासत असताना, अचानक तो तिच्या आयुष्यात येतो आणि त्यांचं प्रेम बहरू लागतं. पण दोघेही व्यक्त व्हायला भीत असतानाची त्यांची अवस्था लेखिकेने अलगद,

अचूक टिपली आहे. तिसरी कथा मात्र वाचकांच्या हळव्या मनाचा ठाव घेतल्याशिवाय राहत नाही. उषा आणि सत्त्वशील दोघही चाळीत राहणारी होतकरू मुलं.. परंतु त्यांच्या मैत्रीचा चुकीचा अर्थ घेतल्यामुळे जुळवलेला प्रेमविवाह त्यांच्या आयुष्याला नवी कलाटणी देऊन जातो. त्याही परिस्थितीत उषाचं खंबीरपणे उभं राहून कुटुंबाला सांभाळणं खरच प्रेरणा देऊन जातं. सत्त्वशील अध्यर्यात तिला सोडून गेल्यावरही न डगमगता ती 'लग्नबंधन' पाळतेय.

या तिन्ही कथांमधील एक साधर्म्य म्हणजे अनेक संकटं येऊनही खचून न जाता अविरत चालत राहणे. भ्याडपणे पळून न जाता आयुष्यावर खऱ्या अर्थाने प्रेम करायला लावणाऱ्या महत्त्वाकांक्षी योगेश, निस्वार्थप्रेमी साऊ आणि संयमी, जिद्दी उषा यांचा त्रिवेणी संगम म्हणजे सदर लघुकथासंग्रह. 'लव यु जिंदगी' हे शीर्षक अतिशय समर्पक असून सुंदर मुखपृष्ठ, दर्जेदार साहित्य या गुणविशेषांमुळे हे पुस्तक वाचकांच्या पसंतिस नक्की उतरेल. तुमच्या लेखणीची सहजता, मार्मिकता व प्रगल्भता अशीच दिवसेंदिवस वाढत राहो हीच आईभवानी चरणी प्रार्थना ! व तुम्हाला पुढील साहित्यिक वाटचालीसाठी आभाळभर शुभेच्छा...

कवी/लेखक,

मिलिंद अदिनाथ कांबेरे,

(मनMिलिंद) रायगड

नांदी, प्रस्तावना

आठवणींची चित्र जेव्हा मनात साकारतात

शब्दांचे रंग तेव्हा लेखणीतून पसरतात...

नमस्कार मी समता नाईक - दळवी (सउतनया) माझ्या
माता पित्याच्या आद्याक्षरावरून मी माझं टोपणनाव लावते..
माझी आई सुशीला उर्फ उषा तिला स्वतःला वाचनाची आणि
लिखाणाची अत्यंत आवड...त्वरित लिखाण हे तिचं वैशिष्ट्य..
वडिलांनी कायम तिला प्रोत्साहनच दिल..काही सुचलं की मग
तिला ते कसल्याही कागदावर उतरवायची सवय आणि मग ते
कागद गोळा करून फाईलमध्ये व्यवस्थित रचून ठेवायचं काम
माझे वडील करायचे.. तिची हीच वाचन लिखाणाची आवड
माझ्या मध्ये बाळकडू म्हणून आपसूक उतरलीय..

आज माझी लेखिका म्हणून जी काही ओळख
जनमानसांमध्ये आहे त्याच सगळ श्रेय माझ्या आईचं आणि
पर्यायी वडिलांचं आहे...

माझी लिखाणाची आवड जोपासण्यासाठी प्रतिलिपिने मला
हक्काचं व्यासपीठ उपलब्ध करून दिलं. हळू हळू मी मला जमेल
तस माझं हृदगत तिथे मांडत राहिले...आणि अशा प्रकारे
माझ्यातली दडलेली लेखिका जन्माला आली..माझी ही आवड
मला या उंचीपर्यंत आणून ठेवेल याची मला कधीच कल्पना
नव्हती.. पण शेवटी अशक्य ते शक्य करतील स्वामी....

लिखाण म्हणजे नुसते शब्द नसतात तर त्या असतात
जगलेल्या, अनुभवलेल्या भावना आणि याच भावना मूर्तरूप घेत
असतात लेखणीच्या माध्यमातून आणि जिवंत होत असतात
मनःपटलावरून कागदावर... या भावनांना व्यक्त स्वरूप मिळेल

असा स्वप्नात सुद्धा विचार केला नव्हता.. पण माझ्या वडिलांचं स्वप्न होत की आईचं लिखाण प्रसिद्ध करायचं पण काही कारणास्तव ते शक्य नाही झालं... पण मला माझ्या वडिलांचं हे स्वप्न पूर्ण करण्याची संधी लाभली...

माझं सगळ्यात पहिलं लेखन पुष्प उमलल ते म्हणजे शब्द उरातले... आणि त्यासाठी माळ्याप्रमाणे प्रेमाने सिंचन केलं माझे स्नेही श्री. योगेश महाले आणि माझे पती श्री. प्रसाद दळवी यांनी आणि त्याला सर्व रसिक वाचकांसमोर आणलं ते माझे मानस बंधू श्री सचिन कोरडे यांनी...

त्यानंतर मग माझ्या बंधूंनी सतत मला प्रोत्साहन देत माझे आंतरिक ओढ, आई, विघ्नहर्ता यासारखे अनेक लिखाण ई बुकच्या माध्यमातून प्रसिद्ध केले...

आज माझं जे काही लहान मोठ यश आहे ते सर्व माझ्या आईवडिलांच्या पुण्याईच फळ आहे.. माझा बाप्पा आणि माझी स्वामी आई तर कायमच माझ्या सोबत असतात... माझी ही आजवरची सगळी लेखन पुष्प माझे आईवडील, माझा बाप्पा आणि माझी स्वामी आई यांच्या चरणी अर्पण...

आपण मला आजवर जसे प्रेम दिलंय तसेच ते यापुढेही लाभेल अशीच इच्छा आहे...आणि हो ते तसच लाभाव आणि चंद्रकलेप्रमाणे वृद्धिंगत व्हाव ही प्रेमळ धमकी सुद्धा... स्वामी आई माझा बाप्पा तुम्हां सगळ्यांचं भल करोत हीच त्यांच्या चरणी प्रार्थना...

आपलीच कृपाप्रार्थी

समता नाईक - दळवी (कल्याण)

1. तुझे नि माझे नाते काय

कामात मग्न असणाऱ्या साऊच्या कानावर सलील कुळकर्णींच्या या ओळी पडल्या आणि तिचं मन विचारांत हरवून गेलं... तिच्या मनात तो भिरभिरू लागला....त्याच्या आठवणी पाखरांसारख्या रुंजी घालू लागल्या... आठवणीत रमण्याची तशी तिला काहीच गरज नव्हती...कारण त्यांची दररोजची भेट निश्चित असायची...

एकमेकांना पाहिल्याशिवाय ना कधी दोघांचा दिवस चालू झाला ना संपला.... जणू एकमेकांचं आयुष्य होते ते...न सांगता न बोलता एकमेकांच्या भावना कळत होत्या त्यांना... त्यांच्या नजराच एकमेकांशी संवाद साधायच्या... दोघांची हृदयतार जुळली...मन जुळली... खूप प्रेम होतं त्यांचं एकमेकांवर... पण फरक इतकाच की कायम सोबत असूनही समोर असूनही एकमेकांचे असूनही ते एकमेकांचे नव्हते...

प्रेम हे कधीच सांगून होत नाही... प्रेम कधीही, कुठेही, कोणावरही होऊ शकते... असं मला वाटतं... तसंच या दोघांच्या बाबतीत झालं... आधी तर एकमेकांची ओळख पण नव्हती...ती लग्न होऊन आलेली सासुरवाशीण तिला सगळंच नवीन... पण मदतीला पुढे, अन्यायाचा प्रतिकार करणारी.... ती अशीच रणरागिणीच्या आवेशात असताना याने तिला पाहिलं आणि पठ्ठा घायाळ झाला...

कधीच कोणत्या मुलीशी न बोलणारा तो... मित्रांमध्ये रमणारा तो, शांत शांत असणारा तो तिला पाहून मात्र हृदय हरवून बसला... पण ती लग्न झालेली तिच्यावर प्रेम कसं होऊ शकेल या द्विधा मनस्थितीमध्ये तो अडकला... तिला न सांगता तो तिच्यावर प्रेम करत राहिला... ती येता जाता बघणं तिने एक नजर बघावं म्हणून उगाचच हाक देणं... चालू असायचं...

त्याच्या भावनांपासून ती अनभिज्ञ.... ती सुद्धा त्याच्या हाकेला प्रतिसाद देत असे....असेच काही दिवस निघून गेले...त्याच्या मनातल्या भावना अजूनही मनात तशाच होत्या... नव्हे त्या त्याला तशाच ठेवायच्या होत्या... तिला सांगून तिच्या मनातलं त्याच स्थान त्याला कमी करायचं नव्हतं... ती एक नजर दिसली तरी त्याला भरपूर होत असे... तिने एकवार आपल्याकडे पाहावं म्हणून तो जीवाचं रान करत असे...

असेच दिवस जात होते... त्यानंतर काही न काही कारणाने दोघांचं बोलणं वाढत गेलं... त्यानिमित्ताने एकमेकांच्या घराशी घरोबा झाला... काही मदत हवी असेल तर हक्काने मागणं होऊ लागलं.... तिचा स्वभावच असा ज्याला मनापासून आपलं मानलं त्याच्यावर ती कसलीच भीडभाड न ठेवता हक्क गाजवत असे... जो तिचा होत असे त्याच्यावर ती जीव ओवाळून टाकत असे... बोलणं होत गेलं.... बोलण्यासाठी कोणताही विषय चालत असे... दोघांचेही विचार बन्यापैकी जुळत होते....

लग्नानंतर प्रत्येक स्त्री कुठे ना कुठे, कधी न कधी मनात कुढत असते....अशावेळी तिला गरज भासते ती तिला समजून घेणाऱ्या व्यक्तीची...आता बहुतेक जण असा विचार

करतील की नवरा असताना इतर कोणी कशाला हवंय...??? पण मनातल्या सगळ्या गोष्टी ती त्याच्याशी बोलू शकतेच अस नाही ना...??? तर साऊ सुद्धा मनातल्या मनात खूप कुढत असायची.... तिची कधी कधी खूपच मानसिक कुचंबना व्हायची...कोणाशी बोलावं हे तिला काही सुचत नसायचं.... मग त्यातच ती डिप्रेशन मध्ये जायची... पण त्याच्या रूपाने तिला तो श्रोता भेटला... तिला जेव्हा जेव्हा एकट वाटायचं , मनातल्या भावना बोलून दाखवण्याची गरज भासायची तेव्हा ती त्या त्याला सांगत असे....

तो सुद्धा तिला समजून घेत असे... तिला धीर देत असे....ती कोलमडलेली असायची तेव्हा तो तिला सांभाळत असे...तो भेटल्यापासून ती खुश राहायला लागली होती... परत जगणं शिकली होती... तिच्या अंगावर मूठभर मांस चढलं होतं...तिच्या नकळत तिच्या मनातसुद्धा त्याच्याबद्दल नाजूक भावना जागल्या होत्या.... ती तशी बेधडक स्वभावाची पण ती सुद्धा बुजली होती...

तो सुद्धा त्याच्या आयुष्यात काही अडचणी आल्या तर तिच्याशी बोलत असे... त्याला तिच्याशी बोलून वेगळा धीर मिळत असे... मित्र सोडून कोणाशीच जास्त न बोलणारा तो मित्रांशी सुद्धा तो वैयक्तिक बाबी बोलत नसे... पण तिच्याशी मात्र तो सगळ्या गोष्टी बोलत असे....तिच्याशी बोलल्यानंतर त्याला एक वेगळं समाधान मिळत असे... दोघांचंही ट्युनिंग खूप छान जमायचं... मुलींना आपल्यासाठी कोणाच्या मनात सुप्त भावना असतील तर समजून येतात... तसंच तिला पण त्याच्या भावना समजत होत्या...पण बोलत कोणीच नव्हतं... कारण तेच....लग्न झालेलं असताना कसं बोलणार....???

पण शेवटी मनातल्या भावनांना धुमारे फुटतातच. एक दिवस असा आला की त्याच्या मनातल्या भावनांना त्याला आवरच घालता आला नाही... ती बोलत असताना तो एकटक तिच्या डोळ्यांत बघत बसायचा... तिच्याशी बोलता बोलता तो हरवून जायचा... ती काहीतरी बोलत असताना त्याने तिला अचानक थांबवलं...त्याच्या नकळत तिचा हात हातात घेत त्याने तिच्या नजरेत नजर रोखत विचारलं..."मला कायम तुझ्यासोबत राहावंसं वाटत... कायम तुझ्याशी बोलायचं असतं... तुझ्यासोबत असलं की मला इतर कोणाची गरज नाही भासत.... तू सोबत असलीस की मला खूप आधार वाटतो....असं का....???"

तिने त्याला बोलू दिलं... त्याचे प्रश्न संपले तसं तिने त्याच्या हातावर हात ठेवत त्याला उलटा प्रश्न केला...

"तुला काय वाटतं...??? "

"मला नाही समजत म्हणून तर तुला विचारलं ना..."तो म्हणाला. "सांग ना का असं... याला प्रेम म्हणतात का...?? मी भांबावून गेलोय... खूप दिवस मनात ठेवलं... पण आज माहीत नाही का.... नाही राहवलं मला... बोलून गेलो मी... सांग ना यालाच प्रेम म्हणतात का....??? मागचे खूप दिवस, महिने मला आवडतेस तू... उठता बसता, खाता पिता तुझाच विचार असतो मनात....डोळ्यांत कायम तुझा चेहरा... तुला हसताना पाहायला आवडत मला....तू उदास राहिलेली नाही आवडत मला... तू कायम खुश राहावं, हसत राहावं अस वाटत मला...बाप्पाकडे कायम तुझ्यासाठी मागणं मागतो मी.... सांग ना अस का....???"

तिने त्याला शांत केलं...त्याच्या नजरेत नजर घालून म्हणाली, "मला पण तुला बऱ्याच दिवसांपासून हेच सांगायचं

होतं... "मला पण आवडतं तुझ्याशी बोलायला...तुझ्यासोबत राहायला... मला काहीही अडचणी असतील तर त्या तुला सांगितल्यानंतर मला खूप हलकं वाटतं... तू सोबत असताना मला इतर कोणाची गरज भासत नाही... तू मला परत जगायला शिकवलंस... तुझ्यामुळे हसायला लागले...आता तू सांग मला हे असं का....???"

तो म्हणाला, "मला नाही कळत... तूच सांग ना... प्रेम आहे का हे...??? आणि जर हे प्रेम असेल तर मग मी चुकतोय का....??? कारण प्रेम कोणावर करावं हे आपल्या हातात नसतं ना... मला आवडतेस तू....मान्य करतो जीव जडलाय तुझ्यावर.... नाही राहवत तुझ्याशिवाय... पण मग थांबवतो स्वतःला... कुठेतरी मनात येतं... की हीच लग्न झालंय.... आपण चुकतोय का....पण मग मनात येत की मी कसा चुकेन... माझ्या हातात नाही ना प्रेम कधी व्हावं, याआधी कधीच अस नव्हतं झालं...पण तुला भेटल्यापासून, बोलणं चालणं वाढल्यापासून तुझाच विचार मनात असतो... इतके दिवस थांबलो...आता नाही राहवत.... मला नाही माहीत हे चूक कि बरोबर पण हो माझं प्रेम आहे तुझ्यावर.... खूप खूप प्रेम आहे... ते मान्य कर अथवा नको करुस... पण माझ्या जगण्याला आता तूझी गरज आहे... तुझं लग्न झालंय, तुला मर्यादा आहेत सगळं मान्य.... माझी तुझ्यावर कसलीच जबरदस्ती नाही... तू माझ्यासोबत राहावं अशी सक्ती पण नाही... पण मी तुझ्याशिवाय इतर कोणाचाच विचार माझ्या उभ्या आयुष्यात करू शकणार नाही.... तुझ्या आणि माझ्या नात्याचं पुढे काय भवितव्य आहे मला नाही माहित... पण आयुष्य जगण्यासाठी मला तू सोबत हवीस.... तुझी साथ मला महत्वाची आहे..."

त्याला अजून खूप काही बोलायचं होतं....महिन्यांपासून, वर्षांपासून त्याच्या मनात जे साचलं होतं ते आज बाहेर पडत होतं.... तो बोलत होता पण त्याचे डोळे अविरत बरसत होते...त्याला असं पाहून तिच्याही हृदयात कळ उठली... त्याचा हात घट्ट धरत तिने त्याचे डोळे पुसले...पण आज जणू तो शांतच होणार नव्हता... त्याला खूप भरून येत होतं.... त्याला रडताना पाहून तिला कसंसच झालं.... कसलाच विचार न करता तिने त्याला हृदयाशी खूप घट्ट धरलं...त्याच्या केसांमध्ये हळुवार हात फिरवत ती त्याला कुरवाळू लागली..

शु$$$$$ करत त्याला उगी करू लागली...तिच्या त्या स्पर्शाने त्याला अजून उमाळा आला...लहान बाळासारखा तिच्या कुशीत तोंड लपवत तो अजून रडू लागला...

तिचेही डोळे पाझरू लागले.... त्याला शांत बसवणं शक्य नव्हतं पण गरजेचं होतं...तिने त्याला शांत व्हायला त्याचा अवधी दिला... काही वेळाने तो थोडा शांत झाला.... तिच्या कंबरेला विळखा घालत "मला तुझं शरीर नको ना मला तुझ्याकडून अजून कसली आस आहे....मला फक्त तुझी साथ हवीय....माझ्या कठीण काळात तू आजवर जशी साथ दिलीस तशीच मला आयुष्यभर हवीय....तू ताकद आहेस माझी...तुझ्या नुसत्या शब्दांनी मला धीर मिळतो....तुझ्यात मला सगळीच नाती दिसतात... आईच्या मायेने माझी काळजी घेतेस... बहिणीच्या मायेने ओरडतेस.... मला सांभाळतेस.... माझं सगळं सगळं आवडीने करतेस.... मला फक्त तू सोबत हवीस... कायम अगदी आयुष्याच्या शेवटच्या क्षणापर्यंत.... देशील ना मला साथ....??? सोडणार नाहीस ना....??? मला खरंच शारीरिक ओढ नाही तुझी...

तुझा मानसिक आधार हवा मला...खूप थकलोय मी....पण तू भेटल्यापासून सावरलो...आजवर कोणालाच काहीच सांगितलं नाही ना शेअर केलं....एकट्याने सहन केलं सगळं...पण तू आलीस आणि आयुष्य बदललं माझं... तू सोबत असलीस तर कसलंही संकट झेलेन मी... तू कायम हवीस माझ्या सोबत मला सावरायला... सांग ना सावरशील ना....??? माझ्यामुळे तुझ्या वैयक्तिक आयुष्यात काहीच अडचणी येणार नाही मी शब्द देतो..."

एवढ सगळं सांगता सांगता त्याला परत उमाळा आला होता.. तो हमसून, कसेतरी शब्द गोळा करून बोलत होता.... त्याच्या मनात भिती होती तिला गमावण्याची...

त्याचं ते बोलणं ऐकून ही पण रडू लागली...तिने त्याचं ऐकता ऐकताच कुशीत घट्ट धरलं होतं....त्याचं बोलणं संपताच तिने त्याला लांब केलं...त्याचा चेहरा ओंजळीत धरला आणि म्हणाली, "काहीही झालं तरी मी कायम तुझ्या सोबत असेन... तुझा हात माझ्या हातून कधीच सुटणार नाही...माझं वचन आहे तुला... जशी तुला मला गमावण्याची भीती वाटते ना तशीच ती मला पण वाटते... माझ्या पडत्या काळात तू सावरलयस मला... मला सुद्धा तुझी सोबत हवी...मला जितकं तू समजून घेतोस खचित कोणी समजून घेत असेल...मी आजारी पडल्यावर तू माझी करत असलेली काळजी मला हवीहवीशी वाटते.... तुझा तो प्रेमळ, आश्वासक स्पर्श मला नवीन उमेद देऊन जातो.... लोकांना काहीही विचार करू देत पण आपलं नात शुद्ध आहे... आत्म्याचे आहे... हृदयांचे आहे... यात वाईट काहीच नाही... आपल्याला शरीराची ओढ नाही एकमेकांच्या सोबतीची ओढ आहे.... माझ्या मनात पण तुझ्यासाठी हळवा कोपरा आहे....पण मी

तो कधीच उघडला नाही....पण आज तू बोललास आणि मला पण सांगावं लागलं.... सांग देशील का मला साथ....??? राहशील कायम सोबत...??"

तिचं बोलणं ऐकून त्याच्या डोळ्यांत पाणी आणि ओठांवर हसू आलं....आपण जिच्यावर प्रेम करतो त्या व्यक्तीच ही आपल्यावर प्रेम असणं ही जाणीवच खूप भारी असते....आता तो त्याच भावनेतून जात होता....उभा राहत तिला जवळ घेत तिच्या कपाळावर हलकेच चुंबन घेत तो ' मी कायम तुझाच असणारे... माझं आयुष्य तुझं आहे....तुझ्याशिवाय माझ्या आयुष्यात इतर कोणी येणं आता कधीच शक्य नाही....तुला हसताना बघत मी आनंदात जगेन.... तू सतत माझ्या डोळ्यासमोर असणारेस या शिवाय भाग्य ते काय....?? तुझ्यावरचं माझं प्रेम माझा श्वास बंद झाला तरी संपणार नाही.... तुझ्या कुशीत मी शेवटचा श्वास घ्यावा एवढीच इच्छा आहे माझी.... तू सोबत राहा मी अजून काही मागत नाही....'

तिने त्याच्या ओठांवर हात ठेवला... आणि मंद हसत त्याला बिलगली...

त्यांच प्रेम कायम असणारे.... ते एकत्र जगणारेत... एकमेकांना सुखात बघत ते सुखी होणारेत....आजच्या घडीला शरीराची आस न धरता निव्वळ सोबतीची अपेक्षा करणार प्रेम मिळणं विरळच.... पण त्यांना ते मिळालंय.... त्यांचं प्रेम बहरत जाऊ देत आणि त्यांची ही सोबत सात जन्म टिकू देत.

पहिली कथा समाप्त....

2. लव्ह यू जिंदगी

कधीकधी आयुष्य अशा वळणावर आणून सोडत की त्याची आपल्याला जाणीवही नसते ना कसला आसभास असतो...कधीकधी विचार पडतो की नक्की देवाच्या मनात आहे तरी काय....??? केव्हा केव्हा माणसावर इतकी संकट कोसळतात की एका संकटातून बाहेर येईपर्यंत दुसरे दत म्हणून उभेच असते..

योगेश असाच एक तरुण...वय वर्ष २५.... वडिल कायम आजारी... मधुमेही होते ते...रेल्वेमध्ये कामाला....पण मधुमेहामुळे दृष्टिदोष झाला आणि ते घरी राहिले... त्यांना योगेश पकडून २ मुले....मुलगा आणि मुलगी....वडील आजारी असताना त्यांची सेवा अगदी लहान वयाचा असल्यापासून केली... एकदा वडिलांना जास्तच त्रास झाला म्हणून इस्पितळात भरती केलं... हा चौथीच्या वर्गात असेल... वय तसं लहानच... इतर लहान मुलांसोबत गोट्यांचा डाव रंगला होता... इतक्यात त्याच्या घरातले जाणते त्याला घरी घेऊन जायला आले... त्यांना असं अचानक आलेलं पाहून त्या लहान नाकळत्या वयात पण त्याला आपल्या वडिलांचं देवाघरी जाणं समजलं....

इतक्या लहान वयात त्याने हा पहिला धक्का पचवला... त्यानंतर मात्र संकटांची मालिकाच चालू झाली. मोठा होत

होतंच त्याने आयुष्यात अनेक गोष्टी अनुभवल्या. आईला वडिलांच्या जागी त्याच्या काकांच्या प्रयत्नाने अनुकंपा तत्वावर नोकरी मिळाली. आधी राहायला भाड्याने होते...त्यामुळे एकाच जागी राहणं कधी नशिबात नव्हतं. त्यानंतर मग त्याच्या आईने हळूहळू पैसे जमा करून चाळीत घर घेतलं....

दोन्ही मुलं वाढत होती...खेळणी काय असतात हे तर त्यांना माहितच नव्हतं. कारण परिस्थिती बेताची. आईला सुट्टी मिळत नसायची त्यामुळे मग शाळेला सुट्ट्या लागल्या की मग ती मुलांना गावाला भावाच्या घरी सोडून येत असे... लहान वयात मुलांमध्ये जो टारगटपणा असतो तो यांच्यात पण होताच... मग कुठे मेंढ्यांच्या पाठीवर बस त्यांना पळवून त्यांना दमव असे उद्योग चालूच असत... त्याची मावशी म्हणे, अरे त्या मेंढ्यांचा जीव घेऊनच सोडशील बहुतेक....असा हा अतरंगी....

पण जसं जसं वय वाढत गेलं तसा तसा हा शांत होत गेला...आपल्यावर आलेल्या जबाबदारीची त्याला जाणीव होत गेली... पण नोकरी करणं त्याला आवडत नव्हतं...मग कोणाची लोनची काम करून दे किंवा अजून काही छोटी मोठी काम कर अशा प्रकारे तो पैसे जमवत होता...आईचा पगार तर येतच होता.... हर प्रकारचं काम करून तो घरखर्चाला हातभार लावत होता...समाजसेवेची त्याला विशेष आवड...कोणाच्याही मदतीला काळवेळ न बघता तो धावत जात असे... घरी ही दोन भावंड... बहिणीच्या मागचा हा...बहीण मोठी... बहिणीच्या लग्नाचं बघणं चालू होतं. तसं काही तिचं वय इतकं काही जास्त नव्हतं... पण त्यांच्यामध्ये मुलींचं लग्न वयात आल्यावर लावायची पद्धत आहे... तर

तिच्यासाठी स्थळ बघणं चालू झालं... योगायोगाने एक स्थळ चांगलं मिळालं...

राहायला जवळपासच....मुलगा चांगला नोकरीला... त्याला एक बहीण आणि आईवडील... त्यांना मुलगी पसंत पडली....पुढची बोलणी झाली...लग्नाची तारीख निघाली.... हा लहान असून याने सर्व पै पाहुण्यांची सरबराई उत्तम प्रकारे केली... बहिणीला वडिलांची कमतरता जाणवू नये म्हणून याने शक्य ते सर्व केलं...तिची हळद, पाठवणी, जेवणावळ्या सगळं सगळं साग्रसंगीत केलं... त्याने पतपेढीच कर्ज घेऊन कोणाला कसलाच थांगपत्ता लागू न देता सर्व नीट केलं... बहीण तिच्या नवीन घरी खूश होती... सासू आईसारखी काळजी घेत होती तर नणंद बहिणीसारखी... नवरा तर खूप जीव लावत होता...लग्नानंतरचे सगळे विधी पूर्ण झाले... नवीन नवरा बायको फिरुन आले... सर्व कसं सुखात चालू होतं....पण परत दुधात मिठाचा खडा पडावा तस काहीस झालं... हा शांत झोपेत होता... आईसुद्धा घरीच होती... रात्रीची वेळ.... याच्या फोनची रिंग वाजली... डोळ्यांवर झोप त्यामुळे याने फोन कट केला...पण फोन सारखा वाजतच होता...त्याने थोड्या अनिच्छेनेच फोन घेतला...आणि समोरून त्याने जे ऐकलं त्याने त्याची झोपच उडाली... त्याने तसाच फोन ठेवला आणि गाडी घेऊन निघाला...परत त्याच्या मनात काय आलं काय माहीत तो मागे फिरला आणि आईला घेऊन त्याने बहिणीच्या घरची वाट धरली...

तिच्या घरी आईला सोडून तो इस्पितळात आला... बहिणीची रडून रडून अवस्था खराब झाली होती... त्याने बहिणीला कुरवाळले....आणि तो डॉक्टरांना भेटायला गेला... त्यानंतर

डॉक्टरांनी जे सांगितलं त्याने याच्या पायाखालची वाळू सरकली... तो बाहेर आला...बहिणीला शांत केलं...तिला काय झालं म्हणून विचारलं...बहीण सांगू लागली... 'यांना यायला उशीर होणार होता...मी वाट बघत बसले होते पण मग आईच (तिची सासू) म्हणाल्या तू जाऊन झोप तो आला तर मग मी त्याला जेवण वाढेन....सासूच्या सांगण्यानुसार ती झोपायला गेली...कधी नव्हे ती तिला गाढ झोप लागली होती... हे केव्हा आले ते सुद्धा तिला माहित नव्हतं...ते आले आईंनी त्यांना जेवण वाढले...ते जेवले आणि बाथरूमला जायला म्हणून आत गेले तेच धडपडत बाहेर आले... त्या आवाजाने मला जाग आली... बघते तर यांना खूप घाम आला होता...छातीवर हात ठेऊनच ते तिच्या हातात कोसळले...'

त्याने तिचं ऐकून घेतलं...तो पुन्हा आत गेला... डॉक्टरांशी चर्चा केली...त्याचे काका सुद्धा तिथे होते... डॉक्टरांनी पेशंट केव्हाच दगावला असल्याचे सांगितले... त्यांच्या हातात काहीच राहिले नसल्याचे त्यांनी सांगितले... त्याचे भावोजी गेले होते...हा त्याच्या आयुष्यातला दुसरा मोठा धक्का....ते ऐकताच त्याने आतच रडून घेतलं...कारण बाहेर बहिणीला सावरण जास्त गरजेचं होतं....तिच्यासमोर दुःखाच प्रदर्शन करणं त्याला जमणार नव्हतं... त्याच्या दुःखाचा आवेग ओसरल्यावर तो बाहेर आला....बहिणीला थोडा अंदाज आला होताच पण तरीही मनात एक वेडी आशा होती....ती त्याला सतत त्यांच्याकडे जायला सांगत होती... त्याने बळजबरी सगळ्यांना घरी पाठवून दिलं...

हॉस्पिटलच्या सगळ्या आवश्यक पूर्तता करून त्याने भाओजींचे शव ताब्यात घेतलं...तो राहत असलेल्या

विभागातल्या त्याच्या मित्रांना त्याने कळवले...सगळे जण त्याच्यासाठी धावले... बहिणीच्या घरी सगळी व्यवस्था करण्यात आली...त्यांचे शव घरी घेऊन जात असतानाच त्याच्या डोळ्यासमोर बहिणीच्या लग्नाची सगळी क्षणचित्रे तरळून गेली... बहिणीचा हसरा चेहरा त्याच्या नजरेसमोर उभा राहिला... त्याच्या डोळ्यांत अश्रू उभे राहिले... त्याने प्रयत्नपूर्वक अश्रू थोपवले... कारण आता रडून जमणार नव्हतं ही कसोटीची वेळ होती... नुसतं बहिणीलाच नाही तर तिच्या सासू सासऱ्यांना, स्वतःच्या आईला सांभाळावे लागणार होतं...

घरी येताच एकच आक्रोश चालू झाला...त्या आक्रोशाने त्याच्या काळजाच पाणी झालं....बहिणीने तर धसका घेतला होता... जसं शव उचललं तसा तिने एकच हंबरडा फोडला.. ती कोणाचंच काहीच ऐकण्याच्या मनस्थितीत नव्हती... तिला स्मशानभूमीत नेण्यात आलं... तिथेसुद्धा ती भ्रमिष्ट झाल्यासारखी वागू लागली... तिथेच पाय सोडून बसली... आपला नवरा आता या जगात नाही हे तिचं मन मानायलाच तयार नव्हतं...साहजिकच होतं.... लग्नाला नुकतेच ६ महिने पूर्ण झाले होते...किती तरी स्वप्न, कितीतरी आशा डोळ्यांदेखत बेचिराख होताना बघून तिच्या मनाच्या ठिकऱ्या उडत होत्या... तिची अशी अवस्था बघून त्याच अंतःकरण तिळ तिळ तुटत होतं....

त्याने प्रेमाने तिला समजावलं पण ऐकून घ्यायलाच तयार नाही पाहिल्यावर त्याने मनात नसताना तिला एक थप्पड ठेऊन दिली... त्यासरशी ती भानावर आली.... भावाच्या कुशीत शिरून ती धाय मोकलून रडू लागली... त्याने तिला शांत बसवलं.....सावरून घरी आणलं... त्यांची दिवसकार्य

झाल्यावर तिच्या सासू सासऱ्यांच्या परवानगीने त्याने बहिणीला आपल्या घरी आणलं... पण तिच्या सासू सासऱ्यांना त्याने केव्हाही गरज भासेल तेव्हा हाक द्यायला सांगितलं... त्यांच्या मुलाच्या जागी तो सर्व बघेल असं ही सांगितले... तिचे सासु सासरे इतके प्रेमळ आणि समजूतदार की त्यांनी हीच स्त्रीधन सुद्धा हिला परत दिलं... आजच्या घडीला ही अशी लोक भेटणं खूप कठीण.... एक आपल्या सुनेला मुलीप्रमाणे वागवणारे सासू सासरे.... मुलाच्या लग्नानंतर सहा महिन्यांतच त्याचा मृत्यू होऊनही आपल्या सुनेला दोष न देणारे ते आणि मुलीचा असा भाऊ जो भाऊजींच्या आईवडिलांना त्याला त्यांच्या मुलाच्या जागी ठेऊन हक्काने हाक द्यायला सांगणारा... त्याच्या आयुष्यातलं दुःखाचं अजून एक पर्व संपलं होतं... या गोष्टीला आता तब्बल चार वर्षे उलटून गेलीत... पण या कटू आठवणी त्याच्या मनात आजही ताज्या आहेत.... त्या विसरणं शक्यच नाही... तो आता त्याच्या बहिणीला सुयोग्य स्थळ शोधतोय...

लोकांची मानसिकता किती नीच असू शकते मग ती शिकलेली असोत वा नसोत... वैधव्य का कोणी मागून घेत...??? तिची पण काही स्वप्न असतील, भावना असतील पण लोक त्याचा विचारच करत नाही...तिला लहान वयातच वैधव्य प्राप्त झालं हा काय तिचा दोष...??? पण नाही लोकांनी त्याबाबत सुद्धा बोलणं चालू केलं... तिच्या वयानुसार सजण्या धजण्याची तिला सुद्धा आवड होतीच...पण तिने जराजरी नेटके कपडे घातले किंवा ती थोडी जरी नटली तरी तिच्या चाळीतल्या बायकांनी तिला नाव ठेवायला सुरुवात केली.... ती अक्षरशः वैतागून गेली...दुर्लक्ष

करायचं पण किती...???? सख्यांनो, मला एक कळत नाही... का लोक असा विचार करत नाही की याच जागी जर का आपली सून वा मुलगी असती तर काय तिलाही आपण अशीच वागणूक दिली असती...??? यावर खरच विचारमंथन करण्याची गरज आहे....

असोत, या सगळ्याला कंटाळून यथावकाश मग त्याने शेजारच्याच इमारतीमध्ये घर घेतले...ते ही स्वतःच्या जीवावर...ऋण काढून का असेना पण त्यावेळी त्याला बहीण महत्वाची वाटली....बहिणीच्या प्रेमाखातर त्याने तिचे सगळे लाड, सगळ्या हौशीमौजी पुरवल्या... इतक्या लहान वयात तिच्या वाट्याला आलेलं दुःख हलकं करण्याचा त्याचा हा छोटासा प्रयत्न होता.... ती सुद्धा आपलं दुःख विसरून परत जगायला लागलीय... तिला हसताना बघून हा सुद्धा आपलं दुःख विसरून जातो.... आजच्या काळात एकमेकांच्या जीवावर उठलेली भावंड बघत असताना हा असा बहिणीच्या सुखासाठी तळमळणारा भाऊ विरळाच....

गरिबाला कोणी वाली नसतो तसेच लोकांना मदत करण्याची इच्छा कमी असते पण त्यांना हिणवुन दाखवण्यात त्यांना असुरी आनंद मिळत असतो....असाच प्रकार याच्या बाबतीत पण झाला....त्याने एकदा असाच गाडीचा विषय काढला... त्यावर त्याच्या सख्या आजीने त्याची खिल्ली उडवली... म्हणाली, 'खरी गाडी राहू देत खेळण्यातली गाडी घेऊन दाखव...'असे तिने म्हणताच याने तेवढीच गोष्ट डोक्यात ठेवली... आणि दुसऱ्याच दिवशी त्याने गाडी विकत घेतली आणि ती त्याने जाणूनबुजून आजीला दाखवायला नेली....तसा हा भयंकर महत्वाकांक्षी.... त्याच गाडीवर मग त्याने भाडी मारून आणि पर्सनल कॅब ला गाडी लावून

गाडीसाठी घेतलेले सगळे कर्ज फेडले...

त्याच्या आयुष्यात सुखाचे दिवस खूपच कमी आले.... पण कितीही दुःखाचे क्षण आले तरीही तो कधीच डगमगला नाही... हल्ली हल्ली त्याच्या आईची तब्येत बरी नसायची.... कधी कधी नशीब इतकं खराब असतं की काहीही नवीन करण्याचा मानस केला की मध्येच काही न काही नवीनच निघतं जात... त्याचाच अनुभव त्याला परत आला.... त्याच्या जन्मदिवसाच्या रात्रीची गोष्ट.... दररोज गाडीवर जाण्याचा मानस त्याने मनात धरला.... त्याच रात्री जेवण झाल्यावर त्याच्या आईचा पाय खूप दुखायला लागला.... याला काही सुधरेना....याने तिला त्याच रात्री रेल्वे इस्पितळात नेलं.... डॉक्टरांनी तपासण्या केल्या आणि तिच्या कंबरेची शस्त्रक्रिया करण्याचा सल्ला दिला... शस्त्रक्रिया म्हणताच हा घाबरला... याने तात्पुरते इलाज करून तिला घरी आणलं....

त्यानंतर मग दिवाळीनंतर त्याने भायखळ्याच्या रेल्वे इस्पितळात तिला नेले.... तिच्या परत तपासण्या झाल्यावर डॉक्टरांनी शस्त्रक्रिया करावीच लागेल असा सल्ला दिला...काय करावं या विवंचनेत असतानाच डॉक्टरांनी त्याला सगळ्या गोष्टी व्यवस्थित समजावल्या... ज्यांच्या आधी शस्त्रक्रिया झाल्यात त्यांच्याशी भेट घालून दिली.... त्यानंतर मग त्याने मंजुरी दिली.... त्याच्या आईची शस्त्रक्रिया व्यवस्थित पार पडली....त्याचवेळी त्याला पाण्यात पाहणाऱ्या काही कटंकानी मुद्दाम त्याला मानसिक त्रास देण चालू केलं... दोन्ही आघाड्या सांभाळत असतानाच आईला आराम पडला आणि डॉक्टरांनी सुट्टी दिली. आईला घरी आणलं....आता सर्व काही आलबेल चालू आहे अस वाटत

असतानाच परत आई बरेच दिवस कामावर नाही म्हणून तिला चार्जशीट देण्यात आलंय.... त्याची आता त्यासाठी धावाधाव चालू आहे....

एका माणसाच्या आयुष्यात किती संकटांच्या वावटळी याव्यात....पण त्या संकटांना तो पुरून उरतोय....प्रत्येक संकट त्याची उमेद अजूनच वाढवतेय.... तो पाय घट्ट रोवून पुन्हा पुन्हा उभा राहतोय.... हेच तर आयुष्य आहे.... कधी आनंद कधी दुःख हीच तर याची परिभाषा आहे.... एवढं सगळं सहन करत असताना, लढत असताना मोडेन पण वाकणार नाही असाच त्याचा बाणा असतो... आणि त्याच्या ओठांवर सतत एक गोड हसू खेळत असतं.... त्याच हे गोड हसू कायम असंच राहू देत हीच माझ्या बाप्पाला विनंती आहे...

प्रत्येकाने त्याच्यासारखंच असावं....

संकट मी मी म्हणत असतानाही

त्यांना पुरून उरणार...

कोणत्याच बिकट परिस्थितीत

हार न मानणार

दुसरी कथा समाप्त...

3. लग्नबंधन

उषा आणि सत्वशील यांचा म्हणायला गेल तर प्रेमविवाह सुद्धा आणि नाही म्हटलं तर नाहीसुद्धा... आता तुम्ही म्हणाल ही असं का बोलतेय...??? सत्वशील गावावरून मुंबईत आलेला एक होतकरू तरुण ...... आपलं काम भलं आणि आपण भलं असा त्याचा स्वभाव.... नावाप्रमाणेच सत्वशील.... हा भावंडांमध्ये सगळ्यात मोठा... याला पकडून एकूण ८ भावंड... बाकीची भावंडं गावीच होती...तो ज्या चाळीत राहत होता त्याच चाळीत ही उषा सुद्धा राहत होती....ती सुद्धा सत्वशील सारखीच होतकरू... तिला ती पकडून एकूण ५ भावंड.... दोघांच्याही घरची परिस्थिती बेताचीच... त्यातही उषाच्या घरची परिस्थिती जरा जास्तच हलाखीची... नाही म्हणायला २ भाऊ होते पण त्यातही एक अंध आणि दुसरा पियक्कड... तिच्या लहान बहिणीचा जन्म झाला आणि तिची आई देवाघरी गेली. वडील असून नसल्यासारखे होते...

प्रतिकूल परिस्थिती असूनही उषाने तिचं शिक्षण पूर्ण केलं. उषा आणि सत्वशील एकाच चाळीत राहायला. लोकांच्या नजरा आणि त्यांचे विचार आपल्याला काही नवीन नाहीतच. अगदी सख्खे बहीण भाऊ चालले असतील तरीही हे शंकीत नजरेने बघतात. तसंच हिच्या बांबतीतही झालं. उषाचा

स्वभाव खूप खेळकर मैत्रीपूर्ण... ती सत्वशील सोबत मैत्रीपूर्ण संबंध ठेवून होती. पण लोकांनी वावड्या उठवल्या. उषाच्या मानलेल्या वडिलांच्या कानावर ही गोष्ट गेली. त्यांनी उषाला विचारलं ती असं काहीच नाही म्हणाली. तरीही तीच नाव जोडलं गेलंच. ती प्रामाणिक होतीच पण मानी सुद्धा. तिच्यासाठी आणलेली सगळी स्थळं तिने नाकारली. करेन तर याच्याशीच म्हणाली. सत्वशीलच्या एका बहिणीच लग्न होईपर्यंत ती थांबली. जवळपास ९ वर्षांनी त्यांनी लग्न केलं. राहायला पत्र्याच्या शेडच घर. तरीही तिने काचकूच नाही केली. तोवर सत्वशीलसुद्धा कंपनीत कामाला लागला. ही सुद्धा प्रयत्न करत होती. हिला पण एकाच वेळी मंत्रालय आणि शिक्षिका या दोन ठिकाणी नोकऱ्या आल्या. हिने सत्वशीलला विचारलं. त्याने सांगितलं तुला आवडेल ते कर. शिक्षक पेशा हिच्या आवडीचा. हिने तोच निवडला. लग्न झाल्यानंतर हिने सत्वशीलच्या इतर सख्ख्या आणि चुलत भावंडांची काळजी स्वतःच्या मुलांप्रमाणे घेतली. त्यांचं शिक्षण, त्यांची लग्न सगळं काही हिने आईप्रमाणे केलं. सोबतच स्वतःच्या दोन्ही लहान बहिणींची लग्नही करून दिली. आज सगळे जण सुखात नांदतायत. त्यांना सुखात बघून तिला भरून पावल्यासारखं होतं.

हे सर्व होत असतानाच ती गर्भार राहिली. पोटात बाळ असतानाही ती प्रवास करायची. तिला सातवा महिना लागला होता. भायखळ्याला ट्रेनमधून उतरताना तिचा पाय सटकला आणि ती पोटावर पडली. लोक मात्र ट्रेन पकडण्याच्या नादात तिच्यावरून पाय देऊन गेले. त्याही अवस्थेत ती कशीबशी घरी आली. तिला प्रसवकळा चालू झाल्या. पण ते मूल जन्मण्याआधीच गेलं होतं. आयुष्यात तिने अनेक

धक्के पचवले होते. पण हा धक्का तिच्या जिव्हारी लागला. सत्वशीलने स्वतःच्या हाताने ते मूल उचललं. त्याचे विधी करून आल्यावर मात्र त्याला फणफणून ताप भरला. त्याची अशी अवस्था पाहून उषा स्वतःच दुःख विसरली आणि त्याला सावरायला पुढे झाली.

हाही काळ सरला. सत्वशील उषा आता खूप मेहनत करत होते. मनात आलं असत आणि उषा नवऱ्याला घेऊन बाजूला झाली असती तर आज ती तिच्या स्वतंत्र बंगल्यात राहत असती पण तिने ते नाकारलं आणि सगळ्या जबाबदाऱ्यांचं शिवधनुष्य तिने पेललं. त्यानंतर तीन तीन वर्षांच्या फरकाने उषाने तीन मुलांना जन्म दिला. त्यानंतर मग त्यांचं पालनपोषण, संगोपन, शाळा, अभ्यास यात तिचा दिवस जाऊ लागला. उषाची लहान जाऊ तिला जीवाला जीव देणारी भेटली. तिचं लग्न होताच तिने मुलांची सगळी जबाबदारी घेतली आणि मग उषाला बऱ्यापैकी उसंत भेटली. उषाला वाचनाची, लिखाणाची भयंकर आवड. पण लिहिल्यावर ते सांभाळून ठेवण तिला कधी जमलंच नाही. ते काम मात्र सत्वशील करायचा. तिच्या लिखाणाची टाचणही त्याने करून ठेवली होती.

असेच दिवस जात होते. सगळं काही छान चालू होतं. मे महिन्याची सुट्टी पडली आणि सगळेजण गावी निघाले. गावी आल्यावर फोडणीचा भात खाण्याचं निम्मित झालं आणि उषाच्या पोटात दुखू लागलं. तिला तालुक्यातील इस्पितळात नेण्यात आलं. तिकडच्या डॉक्टरने २४ तासांची मुदत दिली. ते ऐकताच सत्वशीलच्या पायाखालची वाळू सरकली. आपली जीवनसंगिनी आपल्याला अर्धवट सोडून जाणार हे त्याला सहन झालं नाही. पण उषा हिम्मत हरली

नव्हती. तिने सत्वशीलला धीर दिला. तिला तिच्या लहान दिराने गाडीत टाकून मुंबईला आणली. तिच्यावर के.ई.एम रुग्णालयात उपचार चालू झाले... साडे तीन महिन्यांच्या अथक काळजीने आणि उपचारांनी उषा बरी होऊन घरी आली.

परत सगळं काही आलबेल चालू होतं. तिची मुलं शिकत होती. उषा पूर्ण बरी होऊन कामाला जायला लागली होती पण परत एकदा दुधात मिठाचा खडा पडावा तसं काहीसं झालं. सत्वशीलची तब्येत खराब झाली. डॉक्टरांना दाखवलं उपचार सुरू होते. नंतर नंतर सत्वशीलची तब्येत जास्तच बिघडली. अंगाने रांगडा गडी असणारा सत्वशील एकदमच बारीक झाला. उषा इतकं असतानाही कधीच खचली नाही. ती हिंमतीने तोंड देत होती. पण इतकं करूनही सत्वशील तिला एकटीला सोडून अनंताच्या न संपणाऱ्या प्रवासाला निघून गेला. दिवस होता घटस्थापनेचा. संध्याकाळी ६.३० वाजता त्याची प्राणज्योत मालवली. उषाने हंबरडा फोडला.

ज्यांच्यासाठी सगळ्या दुनियेशी ती भांडली, ज्याचा हात हातात घेऊन ती सर्व जबाबदाऱ्या पार पाडत राहिली, ज्याने तिला निवृत्ती त्याच्यासोबत घे अस सांगितलं होतं मग आपण दोघे दक्षिण भारत फिरून येऊ असा वायदा केला होता, ज्याच्यासोबत तिला संपूर्ण आयुष्य जगायचं होतं, लग्न झाल्यापासून फक्त मेहनत करत असलेल्या त्या दोघांनाही निवांत संध्याकाळी एकत्र बसून गप्पा मारायच्या होत्या तो तिचा सखा, सोबती तिचा प्रेमी तिचा लाडका नवरा तिला एकटीला टाकून निघून गेला. तिचं आयुष्य जणू थांबलं होतं. आपला नवरा गेला पण त्याच दुःख कवटाळत बसून चालणार नव्हतं. दिवस आले गेले आता तिला एकटीला

जगायचं होतं. तिला उसंत घेऊन जमणार नव्हतं...अजूनही तिची कुटुंबाप्रती कर्तव्य बाकीच होती. मुलांची लग्नकार्य, कुटुंबाला मार्गी लावणं सर्व सर्व करणं भाग होतं.

तिने ते सत्वशीलच्या मागून केलं सुद्धा. पण क्षणाक्षणाला येणारी त्याची आठवण तिला आजही छळते... शेवटी आपला माणूस आपला असतो... थकल्यानंतर त्याच्या कुशीत विसवून तो थकवा विसरण्यात जो आनंद असतो तो फक्त अनुभवण्यासाठी असतो... आता ती सुद्धा थकलीय पण तरीही जिद्दीने लढतेय अजूनही... पण थकल्यानंतरची त्याची ती कुशी तिला खूप छळते... ती अजूनही लग्नसंस्कार सांभाळतेय... अजूनही ती बंधनातून मुक्त झाली नाही....त्याच्या बरोबर देवाब्राह्मणांच्या साक्षीने बांधलेलं लग्नबंधन....

सोबतच ती गुणगुणत राहते. हे गाणं तिला कायम नवीन ऊर्जा देऊन जातं....

आशा उद्याच्या डोळ्यांत माझ्या
फुलतील कोमेजल्यावाचुनी...
माझ्या मनींचे गूज घ्या जाणुनी
या वाहणाऱ्या गाण्यातुनी....
लहरेन मी, बहरेन मी,
शिशिरांतुनी उगवेन मी...

तिसरी कथा समाप्त...

अवयव दान करा आणि नवजीवन द्या.. आवश्यक माहिती...

अवयव दान करा आणि नवजीवन द्या.. आवश्यक माहिती...

१) प्रत्यारोपणासाठी अवयव कसे उपलब्ध होतात?

आपल्यासारख्या व्यक्तींनी मरणोत्तर अवयव दान केल्यास अवयव उपलब्ध होऊ शकतात.

२) अवयवदात्यांची गरज आहे का ?

होय! बरेच रुग्ण योग्य ते अवयव न मिळाल्याने मृत्युमुखी पडतात. दान केलेल्या अवयवांचे यशस्वी प्रत्यारोपण म्हणजे खरोखरच जीवनाची भेट होय. तुम्ही दिलेले जीवनदान !

३) अवयव दान करण्यासाठी मला काय करावे लागेल?

सोप्प आहे! साक्षीदारासमोर अवयवदानपत्र (डोनर कार्ड) सही करा, ते अवयवदानपत्र सतत आपल्या सोबत ठेवा. अवयवदानपत्रावर खालील पर्याय उपलब्ध आहेत

अ) शरीरातील आवश्यकतेनुसार कोणतेही अवयव दान करण्याची तयारी.

आ) फक्त विशिष्ठ अवयवांचे दान.

४) अवयवदात्याचा मृत्यू हॉस्पिटल होणे मध्ये होणे गरजेचे आहे का?

होय. मेंदू मृत रुग्ण हा व्याख्येप्रमाणे अतिदक्षता विभागात यंत्राच्या सहाय्याने जिवंत असणे अपेक्षित आहे, पण हृदय बंद पडल्यावर सहा तासापर्यंत डोळे वापरता येत असल्याने रुग्णाचा मृत्यू घरी झाला तरीही नेत्रदान करता येते.

५) अवयवदानाच्या निर्णयामुळे अवयवदात्याच्या कुटुंबाला काही खर्च करावा लागतो का ? नाही. अवयव दात्याच्या मृत्यूनंतरचा संपूर्ण खर्च हॉस्पिटल किंवा दान स्विकारणाऱ्या

व्यक्तीचे कुटुंब स्विकारते.

६) अवयवदान केल्यानंतर अंतिम संस्कारात काही अडचणी येतात का?

नाही. अवयवदात्याच्या इच्छेनुसार शरीरातील अवयव आणि पेशी काढून घेतल्यानंतर मृतदेहावरील अंतिम संस्कारात काहीही अडचणी येत नाहीत. अंतिम संस्काराची जबाबदारी मृत व्यक्तीच्या कुटुंबियांची असते. जर एखाद्या व्यक्तीने आपले संपूर्ण शरीर शरीरशास्त्राच्या अभ्यासासाठी दान केले असेल, तर त्या व्यक्तीचा मृतदेह विशिष्ट चिकित्सा केंद्राला हस्तांतरित करण्याची व्यवस्था आधीच करून ठेवावी.

७) अवयवदान करण्याशिवाय अवयवदानाच्या मोहिमेत मी आणखीन कोणत्या प्रकारे सहभाग घेऊ शकतो?

अवयवदानपत्राविषयी इतरांना माहिती द्या. जसजशी अवयवदात्यांची संख्या वाढेल तसतसे हे आधुनिक आणि महत्वपूर्ण वैद्यकीय शास्त्र प्रगत होऊन मानवजातीसाठी त्याचा अधिकाधिक उपयोग होईल.